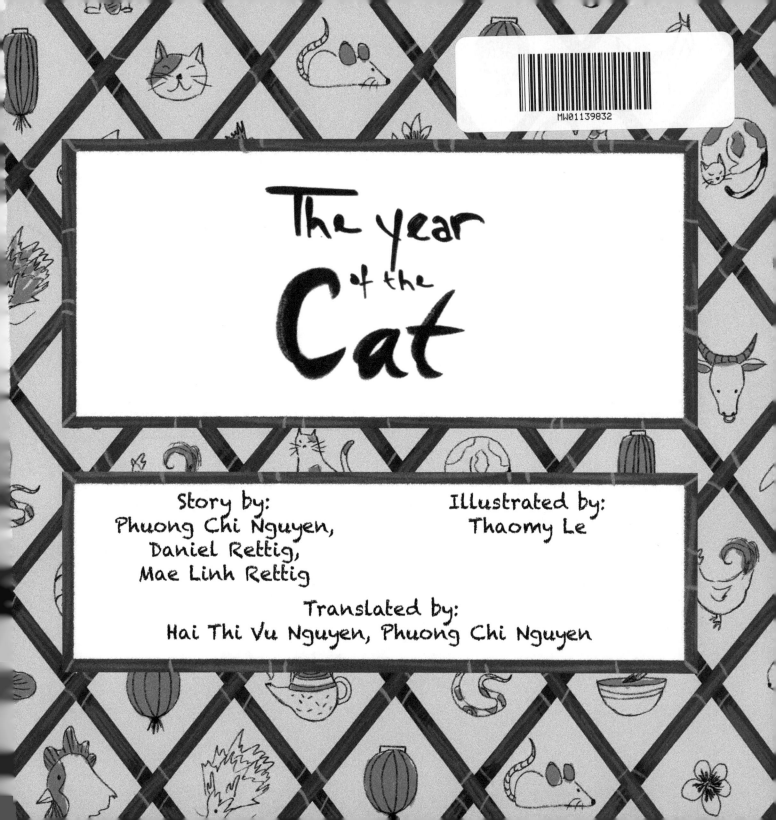

The year of the Cat

Story by:
Phuong Chi Nguyen,
Daniel Rettig,
Mae Linh Rettig

Illustrated by:
Thaomy Le

Translated by:
Hai Thi Vu Nguyen, Phuong Chi Nguyen

Một câu chuyện cho tất cả những người tuổi Con Mèo đã từng phải giải thích rằng họ không phải là tuổi Con Thỏ.

A story for all the Cats who have had to explain that they are not Rabbits.

The Year
of the
Cat

Ngọc Hoàng thông báo sẽ có một cuộc đua vào ngày đầu năm mới. Mười hai con vật đầu tiên về đến ngai vàng của ngài trước sẽ được vinh danh trong cung hoàng đạo.

The Jade Emperor
declared there would be a
race on New Year's Day.
The first twelve
animals to reach his throne
would be honored in the zodiac.

Vào buổi sáng của cuộc đua, một con vật không có mặt ở đó.

"Mèo đâu rồi?" Những con khác hỏi Chuột.

"Ồ, tôi đã cố gắng đánh thức Mèo dậy," Chuột nói một cách lém lỉnh.

"Nhưng Mèo muốn ngủ thêm."

Thế là cuộc đua bắt đầu.

The morning of the race, someone was missing.
"Where is the Cat?" they asked Rat.
"Oh, I tried to wake Cat up," Rat said slyly. "But she
wanted to sleep."

And so, the race began.

Mèo thức dậy khi mặt trời mọc.
Tại sao bên ngoài trời lại sáng như vậy?
Lẽ ra Chuột phải đánh thức Mèo dậy!
Mèo vội vàng nhảy xuống.

Cat woke up as the sun was rising.
Why was it so bright outside? Rat was supposed to
wake her!
Cat quickly jumped down.

Mèo đầu tiên bắt gặp anh Heo.

"Cuối cùng thì bạn cũng đến!" Heo nói. "Bạn có thức ăn nào không?

Tôi đi sớm quá, không có cơ hội ăn sáng!"

Mèo nghe vậy bèn ném cho Heo một nắm xôi.

Trong lúc Heo ngừng lại để ăn, Mèo bỏ Heo lại đằng sau.

Cat first caught up with Pig.
"You came after all!" said Pig. "Have you any food?
I left so early, there was no time for breakfast!"

Hearing this, Cat tossed a sticky rice ball to Pig.
As Pig stopped to eat, Cat left him behind.

Được một quãng,
cô Mèo gặp chú Chó đang chạy
nhanh hết sức. Mèo đưa ra một hình nộm
giống mèo để đánh lạc hướng chú Chó.

Tiếp theo đó, Mèo nhìn thấy Gà Trống và thả một chiếc lồng đèn lên trời. Khi
Gà Trống nhìn lên, anh nghĩ rằng hẳn là mặt trời lại đang mọc.
"Ò ó o o!" Anh ta ngừng lại để gáy trong khi Mèo chạy nhanh qua.

Up ahead, she met Dog who was running in earnest. Cat set out a stuffed cat doll as a decoy.

After that, Cat spotted Rooster and released a floating lantern into the sky. When Rooster looked up, he thought the sun was rising again.

"Cockle-doodle-doo!" he stopped to crow while Cat ran by.

Không bao lâu sau, Mèo chú ý đến cô Khỉ.

"Khỉ ơi, tôi có một món quà cho Khỉ đây!" Mèo gọi to.

Khỉ đu xuống để chơi nên Mèo có cơ hội phóng đi trước.

Mèo gặp Dê ngay lúc một đám trẻ đang đến gần, tất cả đều mặc quần áo đẹp để đón Tết. Dê tốt bụng ngừng lại để chào các em trong khi Mèo lẻn đi mất.

Before long, Cat noticed Monkey.
"I have a gift for you!" Cat called.
As Monkey stopped to play, Cat pranced ahead.

Cat reached Goat as
a crowd of children
approached, all dressed
up for the New Year.

Friendly Goat stopped
to greet the children
while Cat continued on.

Mèo đi thêm một đoạn nữa thì
gặp anh Ngựa và thách Ngựa đua với Mèo
để Ngựa quên đi cuộc đua chính.

Sau đó Mèo thấy Rắn trườn tới trườn lui ở một bờ sông.
"Dòng sông chảy quá nhanh!" Rắn kêu lên.
Mèo trèo lên cây rồi nhảy sang bờ bên kia, bỏ Rắn ở lại.

A bit further on, Cat encountered Horse. She challenged Horse to a side race, leading him off track.

Then Cat found Snake slithering back and forth on a river bank. "The river is too fast!" Snake cried. Cat climbed up a tree and leapt to the other side, leaving Snake behind.

Khi Mèo đến dãy núi, Rồng đang bay trên trời.

Rồng sà xuống và bế con Mèo lên và hai con cùng nhau bay qua núi.

Bỗng nhiên, râu của Mèo nhích nhích. "Có mùi khói."

Xa xa, một ngôi làng đang bốc cháy.

"Tôi phải đi đến đó để cứu giúp," con Rồng hào hùng tuyên bố.

Rồng đặt Mèo xuống và phóng đi mất.

Cat reached the mountains
and saw Dragon overhead.
Dragon picked Cat up and they flew
together over the mountains.

Suddenly, Cat's whiskers twitched.
"I smell smoke."
In the distance, a village was on fire.
"I must go and help!" declared noble Dragon.

Dragon set Cat down
and sped away.

Ở phía trước, Mèo nhìn thấy Thỏ đang nhảy qua một cây cầu. Tai Thỏ ngoắc ngoắc khi Mèo chạy lại gần.

"Chuột bảo là bạn sẽ không đến," Thỏ nói.
"Tên láo khoét đó!" Mèo rít lên.
Thỏ rùng mình khi thấy móng vuốt của Mèo và thụt lùi lại đằng sau.

Up ahead, Cat saw Rabbit bounding over a bridge.
Rabbit's ears flicked as Cat ran up.

"Rat said you weren't coming," Rabbit said.
"That trickster!" Cat hissed.
Rabbit shuddered at the sight of
Cat's claws and fell back.

Mèo và Thỏ chạy gần đến cung điện và nhìn thấy Cọp.
Cọp gầm gừ hù dọa trước khi phóng về đích.
Và kia là Chuột đang dẫn đầu,
cười trên lưng chú Trâu siêng năng!

Chuột quay lại nhìn Mèo. Với một nụ cười lém
lỉnh, Chuột nhảy khỏi lưng Trâu và chạy nhanh
để về tới đích đầu tiên.

Trâu về thứ hai và Cọp về thứ ba.

As Cat and Rabbit neared the palace, they saw Tiger
who growled at them before springing toward the
finish. And there was Rat at the very front, riding on
top of hard-working Ox's back!

Rat turned to look at Cat. With a
crooked grin, Rat jumped off Ox and
scurried forward to finish first.

Ox finished second and Tiger third.

Chỉ còn Mèo và Thỏ tranh hạng tư.
Ráng hết sức mình, cả hai con đều chạy đến bên
Ngọc Hoàng cùng một lúc.

Cat and Rabbit were left to see who would finish fourth.
With a final burst of speed, they both reached the
Jade Emperor at the same time.

Đám đông im bặt.
Ai đã thắng?
Ngọc Hoàng chỉ mỉm cười khi quay
lại hỏi tất cả mọi người:
"Con nào đã về hạng tư?"

The crowd fell silent.
Who had won?
The Jade Emperor only smiled as
he turned to ask all of them,
"Who finished fourth?"

"Con Thỏ!" người dân Trung Quốc la to.
"Con Mèo!" người dân Việt Nam khẳng định.

Mèo và Thỏ nhìn nhau.
"Đồng hạng?" cả hai đề nghị.

"The Rabbit!" shouted the people from China.
"The Cat!" insisted the people from Vietnam.

Rabbit and Cat looked at one another.
"A tie?" they both suggested.

Vì vậy, ở Trung Quốc người dân ăn mừng Năm Con Thỏ vào năm thứ tư trong cung hoàng đạo.

So in China they celebrate the Year of the Rabbit in the fourth year of the zodiac.

Và ở trong nước Việt Nam, năm đó được ăn mừng như là Năm Con Mèo.

And in the country of Vietnam, that same year is celebrated as The Year of the Cat.

Vài điều thú vị về Tết Nguyên Đán:

Tết Nguyên Đán được ăn mừng trong nhiều nền văn hóa Đông Á như là Trung Quốc, Việt Nam, Đài Loan và Đại Hàn. Âm lịch dựa trên chu kỳ của mặt trăng nên Ngày Tết rơi vào một ngày khác hàng năm.

Các năm tuổi lặp lại theo chu kỳ 12 năm. Cộng 12 vào bất kỳ năm nào và đó là khi năm tuổi đó sẽ xuất hiện trở lại.

Facts about Lunar New Year:

Lunar New Year is celebrated in many East Asian cultures such as Chinese, Vietnamese, Taiwanese, and Korean. The lunar calendar is based on the cycles of the moon so New Year's Day falls on a different date each year.

The signs repeat in a 12 year cycle. Add 12 to any year and that is when the same sign will come around again.

Cover art and illustrations by Thaomy Le.
Vietnamese translation by: Hai Thi Vu Nguyen and Phuong Chi Nguyen.

Hardcover ISBN: 978-1-957952-03-1
Paperback ISBN: 978-1-957952-02-4